பருவகாலங்கள்

கால நிலைக்கு ஏற்றவாறு உடலுக்கு
எதிர்ப்பு சக்தியை அளிக்கக் கூடிய
உணவு வகைகள்

வி.எஸ்.ரோமா

ISBN 978-1-63873-987-6

பொருளடக்கம்

1

❧

பருவகாலம்(என்பது காலநிலை, சூழலியல்..........ஏற்படும் மாற்றத்தால் குறிப்பிடப்படுகின்ற வருடத்தின் பிரிவு ஆகும்.

பூமியும் ஒரு கோளாக வாழ தகுதியற்ற கோளாக சூரிய குடும்பத்தில் இருந்திருக்கும்! பூமியானது அது சுழலும் சமதளத்திற்கு அதனுடைய அச்சு சாய்வதால் பருவகாலங்கள் ஏற்படுகின்றன; இது 23.5 டிகிரிகள் கோணத்தால் விலகிச்செல்கிறது.

இளவேனில் (சித்திரை, வைகாசி) முதுவேனில் (ஆனி, ஆடி) முன்பனி(மார்கழி, தை), பின்பனி (மாசி, பங்குனி) என்பவை ஓர் ஆண்டின் ஆறு பருவங்கள். (கார்-மழை, கூதிர் - குளிர்).

- கார்காலம்: இது தமிழ் மாதமான ஆவணி, புரட்டாசியை உள்ளடக்கியது.
- குளிர்காலம்: இது தமிழ் மாதமான ஐப்பசி, கார்த்திகையை உள்ளடக்கியது. இலைகள் கூம்பி உதிர்வது கூதிர் எனப்படும்.
- முன்பனிக்காலம்: தமிழ் மாதமான மார்கழி, தையை உள்ளடக்கியது.
- பின்பனிக்காலம்: இது தமிழ் மாதமான மாசி, பங்குனியை உள்ளடக்கியது.
- இளவேனில்காலம்: இது தமிழ் மாதமான சித்திரை, வைகாசியை உள்ளடக்கியது.
- முதுவேனில்காலம்: இது தமிழ் மாதமான ஆனி, ஆடியை உள்ளடக்கியது.

சூரியனைச்சுற்றிவரும் பூமியின் ஆண்டுச் சுழற்சி மற்றும் சுழற்சியின் சமதளத்திற்கு தொடர்புடைய பூமி அச்சின் சாய்வு ஆகியவற்றினால்

பருவகாலம் ஏற்படுகிறது. மிதமான தட்பவெப்பமுள்ள துருவப் பிரதேசங்-
களில் பூமியின் மேற்பரப்பை எட்டும் சூரிய ஒளியின்அடர்த்தியில் ஏற்-
படும் மாற்றம், விலங்குகள்செயலற்றிருத்தல் அல்லது இடம்பெயர்தலுக்கு
காரணமாக அமைவது மற்றும் தாவரங்கள்வளர்ச்சியை நிறுத்திக்கொள்-
வது ஆகியவற்றால் பருவங்கள் இலகுவாக வேறுபடுத்திப் பார்க்கப்படு-
கின்றன.

மே, சூன் மற்றும் சூலை மாதங்களில் வடக்கு அரைக்கோளம் சூரி-
யனை எதிர்கொள்வதால் நேரடியான அதிக சூரிய ஒளியில் படுகிறது.
இதே நிலைதான் நவம்பர், டிசம்பர் மற்றும் ஜனவரி மாதங்களில் தெற்கு
அரைக்கோளத்தில் ஏற்படுகிறது. இது சூரியமண்டல நிலைமாற்றத்தை
அதிகரிக்கச் செய்யும் கோடை மாதங்களின்போது வானத்தில் சூரியன்
உயரமான இடத்தில் இருப்பதற்கு காரணமாகும் பூமி அச்சின் சரிவு
ஆகும். இருப்பினும் பருவகால தாமதத்தால் ஜூன், ஜூலை மற்றும்
ஆகஸ்ட் மாதங்கள் வடக்கு அரைக்கோளத்தில் வெப்பமான மாதங்க-
ளாகவும், டிசம்பர், ஜனவரி மற்றும் பிப்ரவரி மாதங்கள் தெற்கு அரைக்-
கோளத்தில் வெப்பமான மாதங்களாகவும் இருக்கின்றன.

சில வெப்பமண்டல மற்றும் துணை வெப்பமண்டலப் பிரதேசங்களில்
மழைக்காலம் அல்லது, ஈர, அல்லது பருவமழைக்காலம்) பருவம்
அதற்கெதிரான உலர் பருவகாலம் என்று பேசுவது பொதுவானதாகும்,
ஏனென்றால் மழைப்பொழிவானது சராசரி வெப்பநிலையைக் காட்டிலும்
அதிவிரைவாக மாறக்கூடியதாக இருக்கிறது.

உதாரணத்திற்கு வடக்கு அரைக்கோளத்தில் அமைந்திருந்தாலும்
நிகரகுவாவில் உலர் பருவகாலம் கோடை (அக்டோபரிலிருந்து மே
வரை.......... என்று அழைக்கப்படுகிறது என்பதுடன் மழைக்காலம்
குளிர்காலம் என்று என்று அழைக்கப்படுகிறது.

மற்ற வெப்பமண்டலப் பகுதிகளில் வெப்பம், மழை மற்றும் குளிர்ச்சிப்
பருவங்கள் என்ற மூன்றுவழி பிரிவுகள் பயன்படுத்தப்படுகின்றன.

உலகின் சில பகுதிகளில், சிறப்பு பருவகாலங்கள் சூறாவளிபருவகா-
லம், சுழற்காற்று பருவகாலம் அல்லது காட்டுத்தீ பருவகாலம் போன்ற
முக்கியமான நிகழ்வுகளின் அடிப்படையில் தளர்வாக வரையறுக்கப்படு-
கின்றன.

சீன பருவகாலங்கள் சூரியமண்டல காலவரை எனப்படும் 24 கால-
கட்டத்தின் அடிப்படையில் பாரம்பரியமாக பிரிக்கப்பட்டிருக்கிறது என்ப-

துடன் இது சூரியச் சலனத் திருப்பம் மற்றும் விண்மீன் சலனத்திருப்பத்-தின் மத்தியப் புள்ளியில் தொடங்குகிறது.

கடுமையான குளிர் வாட்டும் காலங்களில் தங்களிடம் உள்ள தண்-ணீர் தேவையை பூர்த்தி செய்து கொள்ள மரங்கள் மேற்கொள்ளும் ஒரு வழிதான் இலைகளை உதிர்த்தலாகும். இலைகள் இழக்கும் அல்-லது உதிர்க்கும் மரங்களின் இலைகள் மெல்லியதாக இருக்கும். ஒப்பி-டுகையில் என்றென்றும் பசுமையான இலைகளுடன் காட்சி தரும் மர இலைகளைவிட மெல்லியதான இலைகளை, இலை உதிர்க்கும் மரங்கள் கொண்டிருக்கும். இந்த மெல்லிய இலைகள் சுவாசித்தலின்போது என்-றும் இலைகளுடன் விளங்கும் மரங்களின் தடிமனான இலைகளைவிட அதிகப்படியான தண்ணீரை...... செலவு செய்கிறது.

குளிர் காலத்தில், வேர்களின் நடவடிக்கைகள் குறைவதால், தண்ணீரை வேர்கள் மூலம் பெறுவதும் குறைகிறது. தண்ணீர் இழப்பை மேலும் மட்டுப்படுத்த மரம் இலைகளை உதிர்க்கிறது. இலைகளை உதிர்ப்பதன் மூலம், மரம் தன்னில் உள்ள வேண்டாத மற்றும் நச்சான பொருட்களை-யும் வெளியேற்றுகிறது. மரத்தில் இதுபோல சேர்ந்த கால்ஷியம் மற்றும் சிலிக்கான் வெயில் காலத்தில் வெளியேற்றப்படுகிறது.

அதிக குளிரும், குறைந்த பகலின் நேரமும் கொண்டது இலையுதிர் காலம். இந்த காலத்தின் நிலையால் தண்ணீர் மற்றும் சத்துக்கள் வரத்து தடுக்கப்படுகிறது. அதோடு இலைகளின் செயல்பாடும் தடுக்கப்படுகிறது. உடனே மிருதுவான செல்கள் காம்பின் அடியில் உருவாகத் தொடங்கும். இந்த மிருதுவான செல்களால் உருவான அடுக்கில் "பெக்டின்' என்ற பெயரில் பொருள்களில் மாற்றம் உண்டாக்கும் வேதியியல் பொருள் உரு-வாகிறது. இந்த பெக்டின் காம்பின் செல் சுவர்களை மூழ்கடித்து, அதன் மூலம் இலை காம்பிலிருந்து பிரியும்படி செய்கிறது. இலை விழும்போது, ஒரு மரப்பட்டை அடுக்கு உடனே அந்த இலைக்காம்பு பிரிந்த இடத்தில் தோன்றி, பாதிக்கப்பட்ட அந்த இடத்தை பாதுகாக்கிறது.

சில இலையுதிர்க்கும் மரங்கள் குளிர் காலத்தில் தங்கள் இலைகளை உதிர்ப்பதில்லை. மடிந்த ஒக் மர இலை கள் ஒரு உதாரணத்திற்கு எடுத்துக் கொண்டால், குளிர்காலம் முழுவதும் கிளைகளிலேயே இருக்-

கும். வசந்த காலத்தில், புதிதாய் முளைக்கும் மொட்டுக்கள் பழைய ஓக் இலைகளை மரத்திலிருந்து வெளி தள்ளும்.

வருடம் முழுவதும் இலைகளுடன் இருக்கும் மரங்கள், பசுமை மரங்கள் எனப்படும். ஆனால், ஒரே இலைகளை வருடத்திற்கு வருடம் வைத்தி ருக்கும் என்று பொருளல்ல. இலையுதிர்கால மரம் அந்த காலத்தில் தன் இலைகள் முழுவதையும் இழந்துவிடும். ஆனால், பசுமை மரங்களிலோ இலைகள் உதிர்வதும், வளர்வதும் வருடம் முழுவதுமான தொடர் நிகழ்ச்சி. சராசரியாக பசுமை மரங்களின் இலைகள் 3 - 4 வருடங்கள் வாழும். ஆனாலும் இந்த வாழும் காலம் தாவர இனங்களில் மாறுபட்டே இருக்கும். பைன் மர வகை இலைகள் 9 ஆண்டுகள் வரை உயிர் வாழும். ஆனால், ரோஹோ <u>வந்த காலம் இது வசந்த காலம்</u>

கோடைக்காலம் என்பது நான்கு பருவகாலங்களில் வசந்தக்காலத்-திற்கும் இலையுதிர் காலத்திற்கும் இடையே வரும் வெப்பம் மிகுந்த காலமாகும். நீண்ட பகல் மற்றும் குறைந்த இரவின் மூலம் இக்காலத்தை அறியலாம். புவியில் அமைந்துள்ள இடத்தின் அடிப்படையில் பருவகா-லங்கள் வெவ்வேறு நாட்கள் மற்றும் வெவ்வேறு காலங்களில் தொடங்-குகின்றன. பொதுவாகத் தென் அரைக்கோளத்தில் கோடைக்காலம் நிலவும் போது, வட அரைக்கோளத்தில் குளிர்க்காலம் நிலவும். வெப்-பமண்டல மற்றும் துணை வெப்பமண்டலப் பகுதிகளில் கோடைக்காலத்-தின் போது ஈரமான பருவம் நிலவுகிறது.

கோடைக்காலத்தில் வெப்பமண்டல மற்றும் துணை வெப்பமண்டல கடல் பகுதிகளில் வெப்பமண்டலப் புயல்கள் உருவாகி நீடித்திருக்கும். கண்டங்களின் உட்பகுதிகளில் பிற்பகல் மற்றும் மாலை நேரங்களில் இடி, மின்னல்கள் தோன்றி ஆலங்கட்டி மழையைத் தோற்றுவிக்கிறது.

பனி(குளிர்) காலம்: கார்த்திகை, மாசி

குளிர் காலத்தில், அதாவது கார்த்திகையிலிருந்து மாசி வரை முன்-பனி, பின்பனி என்று இரண்டு பருவங்கள் உள்ளன. இந்தக் காலத்தில் வயிற்றிலுள்ள தீ(அக்னி) வலுவுள்ளதாக இருக்கும்.

பசி அதிகமாகத் தோன்றும். எனவே குளிர் காலத்தில் வலுவூட்டும் உணவை அருந்த வேண்டும். குளிர் காலத்தில் குளிரின் சேர்க்கையால் வாயு உடலில் வளர்ந்து விடும். ஆக, நாம் உண்ணும் உணவு, உடலில் அதிகரித்துள்ள பசி, ஜீரண சக்திக்கு ஈடாகவும், வாயுவைத் தணிக்கக்-

கூடியதாகவும், இருக்க வேண்டும்.

அதனால் தான் குளிர்காலத்தில் பசையுள்ளதும், இனிப்பு, உப்பு, புளிப்புச் சுவையுள்ளதுமான உணவை உட் கொள்ள வேண்டும். வெல்லம், மாவு, இவைகளால் செய்த பொருட்கள், உளுந்து, கரும்புச் சாறு, பால், மாமிசம் இவற்றால் செய்த பொருட்கள், எண்ணெய், புதிய அரிசியால் சமைத்த அன்னம் ஆகியவற்றை உண்ண வேண்டும்.

உடற்பயிற்சி, எண்ணெய் குளியல், வெயிலில் உடல் படும்படி இருத்தல் இவை உடலுக்கு நன்மை வழங்கும். குளிப்பதற்கு வெந்நீரை பயன்படுத்துவது நல்லது.

வசந்தம் (பங்குனி, சித்திரை)

பங்குனி, சித்திரை மாதங்களில் சூரியனின் வெப்பம் அதிகரிப்பதால் கபம் சீற்றமடைந்து அக்னி(வயிற்றுத் தீ) யைத் தணியச் செய்யும், ஜீரணசக்தி குன்றிவிடும். இதனால் பலவிதமான நோய்கள் தோன்றும். பொதுவாக கபம் சம்பந்தப்பட்ட நோய்களான சளி, இருமல், ஜுரம், சுவாசம் போன்ற நோய்கள் உடலைத் தாக்கும்.

இந்தப் பருவத்தில் உணவு, பழக்க வழக்கங்கள் கபத்தைக் குறைப்பதாகவும், வயிற்று அக்னியை வளர்ப்பதாகவும் இருக்க வேண்டும். வாய் கொப்புளித்தல், நஸ்யம், (மூக்கில் சொட்டு மருந்து) உடற்பயிற்சி ஆகியவை மிக அவசியம்.

மேலும் கோரைக் கிழங்கு, சுக்கு முதலியவை சேர்த்துக் காய்ச்சிய தண்ணீர், அல்லது சந்தனம், கருங்காலி சேர்த்துக் காய்ச்சிய நீர் இவற்றைப் பருக வேண்டும்.

எளிதில் ஜீரணமாகத உணவுகள் குளிர்ப் பொருட்கள், பகல் தூக்கம், எண்ணெய் பசை, உப்பு, புளிப்பு, இனிப்புச் சுவைகள் சேர்ந்த உணவுகள் ஆகியவற்றை தவிர்க்க வேண்டும்

கோடைக்காலம் (வைகாசி, ஆனி)

இந்தப் பருவத்தில் சூரியனின் வெப்பத்தினால் பூமியும், தாவரங்களும், உயிரினங்களும் சூடாகவும், வறண்டும் போய்விடுகின்றன. வறட்சித் தன்மை மிக அதிகமாகிவிடுவதால் உடலில் வாயு அதிகமாக வளர்ந்து விடுகின்றது. ஜீரண சக்தி குறைந்து விடுகிறது.

இந்தப் பருவத்தில் அதிக உடற்பயிற்சி, வெய்யிலில் செல்லுதல், காரம், புளிப்பு, உப்பு, என்னும் சுவைகள் உஷண வீரியம் உள்ள பொருட்கள் இவற்றைப் பயன்படுத்தக் கூடாது. மதுவை அருந்தக்

கூடாது. அருந்தினால் வறட்சி, தளர்ச்சி, எரிச்சல், மயக்கம் இவை தோன்றக் கூடும்.

நெய் கலந்த கஞ்சி, நீரான குளிர்ந்த சாதம், பால், நெய், இளநீர், சர்க்கரை இவற்றைப் பயன்படுத்தலாம். உடல் மீது சந்தனம் பூசிக் கொள்வது உஷ்ணத்தைத் தணிக்கச் செய்யும். இரவில் திறந்த வெளியில் உறங்குவது நல்லது.

வெட்டி வேர், சந்தனம், போன்ற குளிர்ச்சியான பொருட்களைச் சேர்த்த நீரை குடிப்பது நல்லது.

கார் (மழை) காலம் (ஆடி, ஆவணி)

இந்தக் காலத்தில் ஜீரண சக்தி குறைந்தே இருக்கும். கோடை காலத்தில் வளர்ந்த வாயு, மழைக் காலத்தில் சீற்றம் அடைகிறது. ஆகவே, இந்தப் பருவத்தில் உடலில் வாயு சம்பந்தமான நோய்கள் தோன்றும்.

முட்டி வலி, கால், இடுப்பு பகுதிகளில் வலி ஆகியவை ஆகியவை அதிகமாகும். வாயுவின் சீற்றத்திற்கு முக்கியமான சிகிச்சை வஸ்தி (enema) சிகிச்சையாகும். மழைக் காலத்தில் இந்த சிகிச்சையைப் பயன்படுத்துவது அவசியம்.

மழைக் காலத்தில் பித்தமும் வளர்ச்சி பெறும். அரிசி, கோதுமை இவைகளால் செய்த கஞ்சியை அருந்த வேண்டும். தண்ணீரைக் கொதிக்க வைத்து குடிக்க வேண்டும்.

மழை அல்லது காற்றுள்ள நாட்களில் உடலில் உள்ள ஈரப்பசை, வாயு இவைகளைப் போக்கக் கூடிய உலர்ந்த, எளிதில் செரிக்கக் கூடிய உணவை இனிப்பு, புளிப்பு, உப்பு சுவைகளுடன் கலந்து சூடாகப் பயன்-படுத்த வேண்டும். சிற்றின்பம், உடற்பயிற்சி இவைகளில் அதிகமாக ஈடு-படுதலையும், பகல் தூக்கம், வெய்யில் இவைகளையும் தவிர்க்க வேண்-டும்.

பூமியில் பருவகால மாற்றங்கள் ஏற்படவில்லை எனில் என்ன நிக-ழும்?

பருவகாலமாற்றங்கள் நிகழவில்லை எனில் எந்தவொரு உயிரினமும் உயிர் வாழ முடியாது!பூமியும் ஒரு கோளாக வாழ தகுதியற்ற கோளாக சூரிய குடும்பத்தில்இருந்திருக்கும்!

பருவகாலநிலை மாற்றத்தினால் மட்டுமே உயிர் சுழற்சி நடைபெறுகி-றது! எப்போதும் வெயில்அடித்தால் எந்த மனிதனும் மற்றும் பறவை ஏன்

உணவு பொருட்களை கூட உற்பத்திசெய்ய முடியாது!

அது போல எப்பொழுதும் பனிப்பொழிவு உள்ள நாடுகளில் கடுமையான மற்றும் தொடர் பனிப்பொழிவில் எந்த ஒரு உயிரினமும் உயிர் வாழாது!

மழைக்காடுகள் மற்றும் பருவ காலங்களில் மழை பெய்யும் இடங்களில் தொடர்ந்து மழை பெய்தால் மண் அரிப்பு மற்றும் தாவரங்கள் அழுகல் போன்றவை ஏற்படும்!

பருவகால மாற்றங்கள் மற்றும் கால நிலை மாற்றத்தினால் உயிரி சமநிலை புவியில் உள்ளது! இவை இல்லாமல் போனால் பூமியும் ஒரு உயிர்வாழ தகுதியற்ற கோளாக மட்டுமே இருந்திருக்கும்!*

பருவகாலம் என்பது காலநிலை, சூழலியல்ஆகியவற்றில் ஏற்படும் மாற்றத்தால் குறிப்பிடப்படுகின்ற வருடத்தின் பிரிவு ஆகும்.

சூரியனைச்சுற்றிவரும் பூமியின்ஆண்டுச் சுழற்சி மற்றும் சுழற்சியின் சமதளத்திற்கு தொடர்புடைய பூமி அச்சின் சாய்வு ஆகியவற்றினால் பருவகாலம் ஏற்படுகிறது. மிதமான தட்பவெப்பமுள்ள துருவப் பிரதேசங்களில் பூமியின் மேற்பரப்பை எட்டும் சூரிய ஒளியின்அடர்த்தியில் ஏற்படும் மாற்றம், விலங்குகள்செயலற்றிருத்தல் அல்லது இடம்பெயர்தலுக்கு காரணமாக அமைவது மற்றும் தாவரங்கள்வளர்ச்சியை நிறுத்திக்கொள்வது ஆகியவற்றால் பருவங்கள் இலகுவாக வேறுபடுத்திப் பார்க்கப்படுகின்றன.

மே, சூன் மற்றும் சூலை மாதங்களில் வடக்கு அரைக்கோளம் சூரியனை எதிர்கொள்வதால் நேரடியான அதிக சூரிய ஒளியில் படுகிறது. இதே நிலைதான் நவம்பர், டிசம்பர் மற்றும் ஜனவரி மாதங்களில் தெற்கு அரைக்கோளத்தில் ஏற்படுகிறது. இது சூரியமண்டல நிலைமாற்றத்தை அதிகரிக்கச் செய்யும் கோடை மாதங்களின்போது வானத்தில் சூரியன் உயரமான இடத்தில் இருப்பதற்கு காரணமாகும் பூமி அச்சின் சரிவு ஆகும். இருப்பினும் பருவகால தாமதத்தால் ஜூன், ஜூலை மற்றும் ஆகஸ்ட் மாதங்கள் வடக்கு அரைக்கோளத்தில் வெப்பமான மாதங்களாகவும், டிசம்பர், ஜனவரி மற்றும் பிப்ரவரி மாதங்கள் தெற்கு அரைக்கோளத்தில் வெப்பமான மாதங்களாகவும் இருக்கின்றன.

மற்ற வெப்பமண்டலப் பகுதிகளில் வெப்பம், மழை மற்றும் குளிர்ச்சிப் பருவங்கள் என்ற மூன்றுவழி பிரிவுகள் பயன்படுத்தப்படுகின்றன.

உலகின் சில பகுதிகளில், சிறப்பு பருவகாலங்கள் சூறாவளிபருவகா-லம், சுழற்காற்று பருவகாலம் அல்லது காட்டுத்தீ பருவகாலம் போன்ற முக்கியமான நிகழ்வுகளின் அடிப்படையில் தளர்வாக வரையறுக்கப்படு-கின்றன.

கால நிலைக்கு ஏற்றவாறு உடலுக்கு எதிர்ப்பு சக்தியை அளிக்கக் கூடிய உணவு வகைகள் :-

பருவநிலை மாற்றத்திற்கு ஏற்ப உணவுகளை உண்டு வந்தால் உடல் நலன் மேம்படும். பொதுவாகப் பருவத்தில் கிடைக்கும் காய்கறிகள் உடலுக்கு மிகவும் நன்மைசெய்பவை. இதில்குறிப்பிட்டுள்ளகாய்கறிக-ளையும், பழங்களின்மருத்துவக்குணங்களையும் அலசிப்பார்த்தால் அவை அந்தந்த மாதங்களின் பருவநிலைக்குத் தக்கபடி உடலுக்கு எதிர்ப்பு சக்-தியை தரக்கூடியவை.........

கோதுமை உணவுகள் இந்த மாதத்திற்கு அதிகம் ஏற்றது. காபி கொட்-டையை வறுத்து மல்லியோடு சேர்த்து தூளாக்க வேண்டும். அதில் மிளகு சேர்த்து காபி தயாரித்து பருகவேண்டும். கரும்புச்சாறு பருகலாம். உளுந்து சேர்த்த உணவுகள் அதிகம் சாப்பிடலாம். ரசம் தயாரிக்கும் போது புளியை குறைவாக சேர்த்து மிளகு அதிகம் சேருங்கள். சாம்பார் தயாரிக்கும் போது மஞ்சள் தூள் அதிகம் சேர்த்திடுங்கள்.

மாசி:

வாழைத்தண்டு கூட்டு, மல்லி இலை துவையல்,நெல்லிக்காய்,முருங்கை இலை மற்றும் இதர கீரை வகைகளை அதிகம் உணவில் சேருங்கள். பாகற்காய் கூட்டு நல்லது.

சித்திரை:

பேரீச்சம் பழம்,வாழைப்பழம்,திராட்சை பழம் போன்றவைகளை அதிகம் சாப்பிடலாம்

வாழைப்பழம், பலாப்பழம் போன்றவற்றை சிறுதுண்டுகளாக நறுக்கி ஒரு மண்பாத்திரத்தில் போட்டு புளிக்க வையுங்கள். அந்த சாறை வடித்து இன்னொரு மண்பாத்திரத்தில் ஒரு மணிநேரம் வைத்திருந்து விட்டு பருகுங்கள்.

தண்ணீரில் கருங்காலி கட்டை, சந்தனம், வெட்டி வேர் கலந்து பருக-லாம். இந்த தண்ணீரை மண்பாணையில் வைத்து பருகுவது நல்லது.

கோழி முட்டை, கோழி இறைச்சி சாப்பிடுவதை தவிருங்கள்.

சிறிய வகை மீன்களான கூட்டு, குழம்பு வைத்து சாப்பிடுங்கள்.

வைகாசி:

எள், உளுந்து, பெரும்பயறு போன்றவைகளை உணவில் அதிகம் சேருங்கள்.

தேன் நல்லது. ஆட்டுப்பால் கிடைத்தால் கண்டிப்பாக பருகுங்கள். இஞ்-சியின் பயன்பாட்டைகுறைத்துவிடுங்கள்.

ஆனி

கொய்யா, பப்பாளி பழம் அதிகம்•••••••••••••••• சாப்பிடலாம்.

ஆடி:

கீரை வகைகளை•••••••••• உணவில் அதிகம் சேருங்கள்.

பெரும்பயறு,கடலை,கொள்ளு போன்றவற்றை வேக வைத்து சூப் தயாரித்து பருக வேண்டும்.

ஆவணி:

சிறிதளவு புளி, உப்பு, தேன், நெய் ஆகியவை சேர்ந்த உணவுகளை சாப்பிட வேண்டும்.

புழுங்கல் அரிசி உணவு பதார்த்தங்களை ••••••••••••••••••••••••••••• சாப்பிடுங்கள்.

புரட்டாசி:

சிறுபயறுகளை உணவில் அதிகம்,,,,,,,,, சேருங்கள்.

ஐப்பசி:

நெல்லிக்காயை பச்சையாகவோ, ஊறுகாய் வடிவிலோ அடிக்கடி சேருங்-கள்.

கார்த்திகை:

அரிசி மாவு கலந்த உணவுகளை அதிகம்•••••••••• சாப்பிடுங்கள்.

மார்கழி:

சேணைக்கிழங்கை உணவில் அதிகம் சேருங்கள்.

மல்லியும், சீரகமும் அதிகம் பயன்படுத்துங்கள்.

சுக்கு,இந்துப்பு,பூண்டு போன்றவைகளின் அளவையும் அதிகப்படுத்த-லாம்.

கிர்ணிப்பழம்

தர்பூசணியை தொடர்ந்து கிர்ணிப்பழத்திலும் அதிக தண்ணீர் சத்து உண்டு. இந்தியாவில் அதிகம் கிடைக்கும் இந்த பழமும் கண்ணுக்கு

நல்லது. இதில் இருக்கும் ஆன்டி-ஆக்ஸிடண்ட் பீட்டா-கரோட்டின் கண்ணுக்கு சத்து அளிக்கிறது. இதில் இருக்கும் விட்டமின் எ மற்றும் சி இன்ஃ பக்சன் தீர்ப்பதோடு சருமத்தை பொலிவடைய செய்யும்.

மல்பெர்ரி

இனிப்பு மற்றும் துவர்ப்பு சுவைக்கொண்ட இந்த பழத்தில் அதிக பாரம்பரிய மருந்து குணங்கள் உண்டு. வேரிலிருந்து பழம் வரை அனைத்தையும் மருந்தாக பயன்படுத்தலாம். இதில் இருக்கும் ஆன்டி-ஆக்ஸிடண்ட் மற்றும் அந்தோசியனிகள் புற்று நோயை குணப்படுத்தும் திறன் உள்ளது.

நாவப்பழம்

நாவப்பழத்தின் தனித்துவமான சுவையே இப்பழத்தின் சிறந்த அம்-சம். மற்ற பழங்கள் போலவே ஆன்டி-ஆக்ஸிடண்ட் நிறைந்த பலம் இது. 1.41 மில்லி இரும்பு சத்து, 15 மில்லி கால்சியம் மற்றும் 18 மில்லி வைட்டமின் சி சத்துக்கள் நிறைந்த பழம் இது.

மழைக்காலத்தில் சில உணவுகளை தவிர்ப்பதாலும், சில உணவு பொருட்களை சேர்ப்பதாலும், நோய்கள் வராமல் தடுக்கலாம். மழை நேர வைரஸ் காய்ச்சலுக்கு, உடனடியாக கொடுக்க, நிலவேம்பு பொடியுடன், தண்ணீரை சேர்த்து காய்ச்சி, பனங்கற்கண்டு சேர்த்து, கொதிக்க வைத்து, வடிகட்டி, வைரஸ் காய்ச்சல் உள்ளவர்களுக்கு கொடுக்கலாம். உடனடி-யாக காய்ச்சல் பறந்தோடிவிடும்.

மழைக் காலத்தில் உணவில், இனிப்பு அதிகம் வேண்டாம். பால், பால் சார்ந்த தயிர், வெண்ணெய், நெய் போன்றவற்றையும், அதிகம் சாப்பிடக் கூடாது. மோர் சாப்பிடலாம். உடலுக்கு நல்லது. நம் உணவில் காரம், கசப்பு, துவர்ப்பு சுவையுள்ள உணவுகளை, மழைக்காலத்தில் அதிகம் சேர்த்துக் கொள்ளலாம்.

மதிய உணவின் போது, தூதுவளை ரசம் வைத்து சாப்பிடலாம். இரவு தூங்குவதற்கு முன், பாலில் மஞ்சள் தூள், மிளகுத்தூள், பனங்கற்-கண்டு சேர்த்து குடிப்பது நல்லது. நீர் சத்துக்கள் நிறைந்த சுரைக்காய், பூசணி, புடலை, பீர்க்கன், வெள்ளரி போன்ற காய்கறிகளை, மழை சீசனில் தவிருங்கள். கண்டிப்பாக மழைக் காலத்தில், உணவுப் பதார்த்-தங்களில், மிளகு பொடியைச் சேர்த்துச் சமைத்துச் சாப்பிடுவது நல்லது. இரவு உணவில் பச்சைப் பயறு, கேழ்வரகு, ...கீரை ஆகியவை சேர்க்காதிருத்தல் நல்-

லது.

மழை சீசனில் பிஸ்கட் சீக்கிரம் நமத்துப் போகாமல் இருக்க, பிஸ்கட் வைக்கும் டப்பாவில் சிறிது, சர்க்கரைத் துகள்களை போட்டு வைக்கவும். மழைக்காலங்களில் பழங்களைச் சாப்பிடும் எண்ணம் அவ்வளவாக ஏற்-படாது. ஆனாலும், பழத்தை அப்படியே துண்டுகளாக வெட்டிச் சாப்பிட, விருப்பமுள்ளவர்கள் சாப்பிடலாம்

எல்லா சீசனுக்கும் பொருத்தமானது வாழைப்பழம். அதற்காக வாழைப் பழத்தை மட்டுமே சாப்பிடுவதற்கு பதிலாக, மற்ற பழங்களையும் சேர்த்து சாப்பிடலாம்.

சிலருக்கு சளி, இருமல் இருந்தாலும், விட்டமின் 'சி' சத்து ஒத்துப் போகும். சிலருக்கு மழைக்காலம் வந்து விட்டாலே ஒத்துக் கொள்ளாது. எலுமிச்சை, ஆரஞ்சு ஜூஸ் சாப்பிட்டாலும் ஒன்றும் செய்யாது. ஒத்துக் கொள்ளாதவர்கள் சாப்பிடாமல் இருப்பதுநல்லது.

சாப்பிடும் உணவுகள், லேசான சூட்டில் இருக்கும்படி பார்த்துக் கொள்-வது நல்லது. மழை சீசனில், கீரை அதிகம் சாப்பிடா விட்டாலும் பரவா-யில்லை. ஏனென்றால், கீரைகளை நன்றாக தண்ணீரில் கழுவி பயன்-படுத்த வேண்டும். இல்லாவிட்டால் கீரைகளால் வேறு நோய் ஏற்படும் வாய்ப்புகள் அதிகம்.

சிலருக்கு, தண்ணீர் சத்து அதிகமுள்ள காய்கறிகள் ஒத்துக் கொள்ளாது. அத்தகையவர்கள் அவர்களுக்கு ஏற்ற காய்கறிகளை சமைத்துச் சாப்பி-டலாம்.

அசைவ உணவாக, மீன், முட்டை, கறி, சிக்கன் என்று சாப்பிட-லாம். அவை பிரஷ்ஷாக இருக்கும்படி, பார்த்துக் கொள்ள வேண்டும். ஏனென்றால், மழைக் காலங்களில் கடைகளுக்குப் போய் வாங்குபவர்கள் குறைவு.

அதனால், மீன் போன்றவை, பழைய ஸ்டாக் ஆக இருக்க வாய்ப்பு உண்டு. மழை சீசனில், எண்ணெயில் பொரித்த உணவுகளையும் அதிகம் சாப்பிடக் கூடாது. சுடாகச் சாப்பிட வேண்டும் என்று தோன்றும் போது, பஜ்ஜி, போண்டா என சாப்பிடாமல், அதற்கு பதிலாக உப்புமா உருண்டை, இட்லி-சாம்பார், பிரட் டோஸ்ட் என சாப்பிடலாம். நாம் தினமும் சாப்பிடும் உணவையே, சற்று சுடாகச் சாப்பிட்டால் போதும்

மழைக்காலமும், குளிர்காலமும் மனதுக்கு இதமானவையாகும். ஆனால் ஆஸ்துமா உள்ளிட்ட வியாதிகள் இருப்பவர்களுக்கு கடும் பாதிப்பாக அமையும். இந்த காலத்தில் எளிதில் ஜீரணமாகக்கூடிய மற்றும் சத்தான உணவை உட்கொள்வது மிகவும் சிறந்ததாகும். இவ்வாறான உணவு எடுத்துக்கொண்டால் உடல்நலன் பாதிப்பை தவிர்க்க முடியும்.

மேலும் மழைக்காலம், குளிர் காலங்களில் பல தொற்றுநோய்கள் தாக்கும். குளிர் காலங்களில் நாம் உட்கொள்ளும் உணவுகளை சிறந்த ஊட்டச்சத்து நிரம்பியவைகளாக தேர்ந்தெடுத்து உட்கொள்ள வேண்-டும்.குளிர் காலங்களில் ஏற்படும் ஜலதோஷம், காய்ச்சல் போன்ற நோய்-களிடம் இருந்து பாதுகாத்து உடலை ஆரோக்கியமாக வைத்துக்கொள்ள வேண்டும். இக்காலங்களில் சருமம் மற்றும் தலைமுடி வறண்டு போகும். சூடான உணவு வகைகளை சாப்பிடுவது நல்லது.குளிர்காலங்களில் சூடான உணவு களை சாப்பிடுவதும் வெயில் காலங்களில் குளிர்ச்சியான உணவுகளை சாப்பிடுவதும் பொதுவான ஒன்றாகும்.

உடலை சூடாக வைக்கும் உணவுகள்: காய்கறிகள்: டயட்டில் சரியான அளவு காய்கறிகளை சேர்த்து கொள்ள வேண்டும். இவை தேவையான சக்தியை அளித்து குளிர்காலத்தை சமாளிக்க உதவும். அதிகளவில் கீரைகளையும், கேரட் மற்றும் பீட்ரூட் போன்ற காய்-களை.................. சாப்பிடுவது நல்லது.
மீன் : ஓமேகா 3 கொழுப்பு அமிலங்கள் குளிர்காலங்களில் சாப்பிட வேண்டிய உணவுகளில் சிறந்தது. மீன்களில் அதிகளவில் ஓமேகா 3 கொழுப்பு அமிலங்கள் உள்ளது. தேவையான அளவு மீன்களை உட்-கொள்ளுவது நல்லது. மீன்களில் அதிக அளவு ஜிங்க் நிறைந்துள்ளதால் உடலில் உள்ள வெள்ளை ரத்த அணுக்களின் செயல் திறனை அதிக-ரிக்க உதவும்.

இந்த வெள்ளை ரத்த அணுக்கள்தான் நோய் எதிர்ப்பு சக்திக்கு காரணமாக இருப்பது. இந்த நோய் எதிர்ப்பு சக்தியினால் பலவகை நோய்களிடம் இருந்து பாதுகாப்பாக இருக்கமுடியும்.

வேர்க்கடலை: குளிர்காலங்களில் சரியான உணவுமுறையை பெறுவதற்-கும் தேவையான பிராண வாயுவை உட்கொள்வதற்கும் வேர்க்கடலை சிறிதளவு உணவில் சேர்த்துக்கொள்ளலாம்.

தேன்: குளிர் காலங்களில் உணவில் தேனை சேர்த்து கொள்வது மிகச்-சிறந்த ஒன்றாகும். இது ஜீரண சக்தியை அதிகரித்து ஆரோக்கியத்தை மேம்படுத்தும். நோய் எதிர்ப்பு சக்தியையும் மேம்படுத்த உதவும்.

பாதாம்: பாதாம் பருப்பு அதிகளவில் பலன் தரக்கூடியது. இதன்மூலம் குளிர்

காலங்களில் ஏற்படும் மலச்சிக்கலை தவிர்க்க முடியும்.

இஞ்சி: மருத்துவப்பலன்களை பெற்ற இஞ்சி, குழந்தைகள் மற்றும் பெரி-யோர்களால் உட்கொள்ளப்படும் பொதுவான உணவாகும். இது ஜலதோ-ஷத்திற்கும், காய்ச்சலுக்கும் சிறந்த சிகிச்சையை அளிக்கக்கூடியது.

இது குளிர் காலத்தில் வெப்பம் தரும் உணவுகளில் ஒன்றாகும். ஒரு கப் இஞ்சி டி அருந்தினால், அது உடலில் உள்ள கொழுப்பு அமிலங்களை ஜீரணிக்க உதவி புரியும். மேலும், அசிடிட்டியை போக்குவதற்கும் உதவி புரியும்.

காரம், கசப்பு, துவர்ப்பு சுவையுள்ள உணவுகளை அதிகம் சேர்த்துக் கொள்ளலாம். மோர் சாப்பிடலாம்.இரவு தூங்குவதற்கு முன்பு பசும்பாலில் மஞ்சள் தூள், மிளகுத்தூள், பனங்கற்கண்டு சேர்த்து சாப்பிடுவது உடலுக்கு நல்லது. ஜலதோஷம் தொடர்பான பிரச்னைகள் வராது. நீர்ச்-சத்துக்கள் நிறைந்த சுரைக்காய், பூசணி, புடலங்காய், பீர்க்கன்காய், வெள்ளரி போன்ற காய்கறிகளை குறைந்த அளவிலேயே சாப்பிடலாம். மழைக்காலங்களில், அசைவ உணவுகளான மீன், முட்டை, இறைச்சி ஆகியவற்றை சாப்பிடலாம்.குளிர்காலத்தில் உடம்பு முழுவதுமே வறண்டு காணப்படும். அதிலும் இயற்கையிலேயே வறண்ட சருமம் உடையவர்க-ளுக்கு உதவுவது ஆரஞ்சு பழமும், தேனும்தான்.வைட்டமின் 'ஏ' மற்றும் 'சி' சத்துக்கள் அதிகம் நிறைந்த பழத்தை தொடர்ந்து சாப்பிட்டு வந்தால் சருமம் பளபளக்கும். அதிகளவில் தண்ணீர் குடித்து வருவதும் நல்லது.

சாப்பிடக்கூடாதவைஉணவில் இனிப்பு அதிகம் சேர்த்துக் கொள்ளக்-கூடாது. எண்ணெயில் பொரித்த உணவுகளை அதிகம் சாப்பிடக் கூடாது.இரவு உணவில் பச்சைப் பயறு, கேழ்வரகு ஆகியவற்றை சேர்க்க

வேண்டாம். சிலருக்கு மழைக்காலத்தில் எலுமிச்சம் பழம் மற்றும் ஆரஞ்சு ஜூஸ் சாப்பிட்டால் ஒத்துக் கொள்ளாது. அவர்கள் இவற்றை சாப்பிடாமல் இருப்பது நல்லது.

மழைக்காலங்களில் இரவில் கீரை வகைகளை அதிகம் சாப்பிடக்கூ-டாது.பால் மற்றும் பால் சார்ந்த தயிர், வெண்ணெய், நெய் போன்றவற்-றையும் அதிகம் சாப்பிடக்கூடாது.

சரும பராமரிப்பு: ஆரஞ்சு பழ தோலை காய வைத்து பவுடராக்கி தண்-ணீருடன் சேர்த்து முகம் மற்றும் கைகளில் தடவி, சிறிது நேரம் கழித்து கழுவினால் சருமம் பளபளக்கும்.அரை மூடி எழுமிச்சை பழச்சாறில் ஒரு டம்ளர் சுடு தண்ணீரை கலந்து, சிறிது தேனை கலந்து காலை-யில் வெறும் வயிற்றில் குடித்து வருதல் நல்லது. இதனால் மேனி மினு மினுப்படைவதோடு, உடம்பில் உள்ள தேவையற்ற சதைகள் குறையும்.

எண்ணெய் சருமம் உடையவர்கள் ரோஸ் வாட்டரை ஒரு பஞ்சில் நனைத்து முகத்தில் தடவ, சருமம் மினு...... மினுக்கும்.

தோலில் தழும்பு, கீறல் வடுக்கள் உள்ளவர்கள் தக்காளி பழக்கூழுடன், தயிர் கலந்து தடவி சிறிது நேரம் கழித்து கழுவி வர தழும்புகள் மறை-யும். மக்காச்சோள மாவு மற்றும் தயிர் கலந்த கலவையை தினசரி உடம்பில் தடவி, காயவிட்டு பின்னர் கழுவி வர சருமம் மின்னுவது நிச்சயம்.

தோல் பாதிப்புதோல் வறட்சி உள்ளவர்கள் அடிக்கடி தண்ணீரில் உடலை கழுவக்கூடாது. அப்படி கழுவும்போது ஏற்கனவே குறைந்துள்ள ஈரப்பசை மேலும் குறைந்துவிடும். மேலும் சோப்பு போட்டு குளித்தால் இன்னும் அதிகமாகவே வறட்சியாகிவிடும். அதனால் சோப்பிற்கு மாறாக கடலை மாவை உபயோகிக்கலாம்.

பருவகால மாற்றங்கள் நிகழவில்லை எனில் எந்தவொரு உயிரினமும் உயிர் வாழ முடியாது! பூமியும் ஒரு கோளாக வாழ தகுதியற்ற கோளாக சூரிய குடும்பத்தில் இருந்திருக்கும்! பருவகால நிலை மாற்றத்தினால் மட்டுமே உயிர் சுழற்சி நடைபெறு-கிறது! எப்போதும் வெயில் அடித்தால் எந்த மனிதனும் மற்றும் பறவை

ஏன் உணவு பொருட்களை கூட உற்பத்தி செய்ய முடியாது!

அது போல எப்பொழுதும் பனிப்பொழிவு உள்ள நாடுகளில் கடுமை-யான மற்றும் தொடர் பனிப்பொழிவில் எந்த ஒரு உயிரினமும் உயிர் வாழாது!

வாசகர்ளால் நான்
வாசகர்களுக்காக நான்

முற்போக்கு எழுத்தாளர் வி.எஸ்.ரோமா – கோயம்புத்தூர்
+91 82480 94200
20 புத்தகங்கள் எழுதியுள்ளேன்
விருதுகள் பல பெற்றுள்ளேன்.
கதை , கவிதை, கட்டுரை, நாவல் பொன்மொழி, நாடகம்
எழுதுவேன்.

என்
எழுத்து
என் மூச்சுள்ள வரை
என் வாசிப்பே
என் சுவாசிப்பு
என்றும்

எழுதிக் கொண்டிருக்க வே
என் ஆசை

நான் திருமணமே செய்து கொள்ளாத பெண்மணி என்பதில்
எனக்கு மகிழ்வே.

என் எழுத்துக்கு முழு ஒத்துழைப்பு கொடுப்பவர்கள் என்
பெற்றோர்களே.

தந்தை
கா சுப்ரமணியன் _ தாசில்தார் - ஓய்வு

தாய்.
சு. கிருஷ்ணவேணி

என் பெற்றோர்களே
என்
எழுத்துக்கும்
எனக்கும் முழு ஒத்துழைப்பு தருகின்றவர்கள் என்பதில்
எனக்கு மகிழ்ச்சியே.

நான் ரோமா ரேடியோ
என்ற பெயரில் எஃப் எம் ஆரம்பித்துள்ளேன்.

என்
எழுத்து
என் ரோமா வானொலி மூலம்
எங்கும் ஒலிக்க
எட்டு திக்கும் ஒலிக்க
என் ஆவல்.

பெண்களை
பெரிதாக நினைத்துப்

பெரும் மகிழ்ச்சியடைந்து
பெருமைப் படுத்த வேண்டும்.

முற்போக்கு எழுத்தாளர்
வி.எஸ். ரோமா
Roma Radio
கோயம்புத்தூர்
+91 82480 94200